கல்லூரி முதல் கார்ப்பரேட் வரை

தயானந்தன் சக்திவேல்

Copyright © Dayanandhan Sakthivel
All Rights Reserved.

ISBN 979-888629067-7

This book has been published with all efforts taken to make the material error-free after the consent of the author. However, the author and the publisher do not assume and hereby disclaim any liability to any party for any loss, damage, or disruption caused by errors or omissions, whether such errors or omissions result from negligence, accident, or any other cause.

While every effort has been made to avoid any mistake or omission, this publication is being sold on the condition and understanding that neither the author nor the publishers or printers would be liable in any manner to any person by reason of any mistake or omission in this publication or for any action taken or omitted to be taken or advice rendered or accepted on the basis of this work. For any defect in printing or binding the publishers will be liable only to replace the defective copy by another copy of this work then available.

சமர்ப்பணம்!!

வேறயாருக்கு??

இவ்வளவு அழக கையில் வைத்து இருக்கும்!!

உங்களுக்கு தான்!!

பொருளடக்கம்

முன்னுரை	vii
1. முதல் நாள் கல்லூரியில்	1
2. நட்பு தான்!!	5
3. எது சுதந்திரம்!!	8
4. மனதை பழக்கு	10
5. முடியும்?	13
6. மேலாண்மை	15
7. புறம்	21
8. அவை- தேவை!!	24
9. எது சந்தோஷம்	27
10. தொழில் நுட்ப திறன்கள்	30
11. நேர்முகத் தேர்வுக்கான முதல்படி!!	33
12. முக்கியம் அமைச்சரே!!	38
13. உதவும் நாம்	40
14. மன உளைச்சலோ!! வயிற்று எரிச்சலோ!!	42
15. கார்ப்பரேடில் முதல் நாள்...	45

முன்னுரை

கல்லூரியில் இருந்து தான் ஒரு மாணவன் உண்மையான உலக வாழ்க்கைக்கும், சமுதாயத்திற்க்குள்ளும் நுழைகிறான். கல்லூரியில் இருக்கும் போதே அவன் அதற்கு தயாரக வேண்டி இருக்கிறது. ஒரு நீண்ட ஓட்டப்பந்தயத்திற்க்கு அங்குதான் அவனுக்கு பயிற்சி அளிக்க வேண்டியிருக்கிறது. ஒரு மாணவன் கல்லூரியில் கற்று கடைபிடிக்க வேண்டிய முறைகள் அவன் நேர்முகத்தேர்வுக்கு தயாராகும் விதம், உள்ளத்துணிவுடன் கார்ப்பரேட் நிறுவனங்களில் வேலை பெறுவது எப்படி? ஒரு தொழில் முனைவோர் ஆவது எப்படி? போன்ற பல விஷயங்களை இந்த புத்தகத்தில் காண்போம்.

கல்லூரியின் முதலாம் ஆண்டு அடியெடுத்து வைத்த உடனேயே அவன் ஒரு புதிய பரினாமத்திற்க்குள் நுழைகிறான். அங்கே அவன் பல நல்ல விஷயங்களை கற்றுக் கொள்கிறான். துரதிர்ஷ்டவசமாக அவன் சில தீயவற்றையும் கற்க நேரிடுகிறது. சுயக் கட்டுபாடுடன் சுய ஒழுக்கம் மற்றும் சுய நெறியை வகுத்த அந்த தீய மாய வலையில் இருந்து சுலபமாக தப்பித்து கொள்கிறான்.

ஆனால் பெறும் சுதந்திரமும், நேரடி பெற்றோர் பார்வையில் இல்லாத சில விடுதி மாணவர்களும், வெளியூரில் இருந்து வந்து படிக்கும் மாணவர்களே பெரும்பாலும் தீய மாயைக்கு அகப்பட்டு விடுகின்றனர்.

இந்த தவிர்க்க வேண்டிய சில விஷயங்களில் இருந்து எவ்வாறு தப்புவது எப்படி கல்லூரி களங்களில் உங்களை செதுக்குவது, உங்கள் மனதை எப்படி பக்குவப்படுத்துவது, ஏன்! என்ன உணவு பழக்கத்தை கடைப்பிடிப்பது, எப்படி கல்லூரி வாழ்க்கையை நல்வழியில் மகிழ்ச்சியுடன் கொண்டாடுவது அதனுடன் கல்லூரியில் இருந்து நேர்முகத்தேர்வுக்கு எப்படி தயாராவது அதில் உள்ள நுணுக்கங்கள் மற்றும் தேர்வை எவ்வாறு முறையெ அணுகுவது, உங்களை எப்படி தேர்வரிடம் அறிமுகப்படுத்துவது முதல் உங்கள் கவர்லெட்டர் (Cover letter), (resume) மற்றும் Presentation skill, Creative thinking, Computational thinking போன்ற திறன்களை சுலபமாக எப்படி மேன்ப்படுத்திக் கொள்வது இத்துடன் ஒரு மாணவன் எவ்வாறு தொழில் தொடங்குவது, ஒரு தொழில் முனைவோராக எப்படி உருவாகுவது அதில் உள்ள சாதக- பாதகம் என்ன? என்ன?

அதில் உள்ள முறைகள் மற்றும் உங்களுக்கு தேவைப்படும் உதவி குறிப்புகளை ஒரு சக நண்பனாக உங்களுடன் நான் பகிர்ந்துக் கொள்கிறேன். இத்துடன் சில சான்றோர்ப் பெருமக்களுடையக் கருத்துக்களையும் நான் இங்கே பதிவு செய்து இருக்கிறேன் மற்றும் இந்த புத்தகத்தில் நான் என் கல்லூரி அனுபவமும் மற்றும் என் நண்பர்ளுடன் நான் நடத்திய சில ஆராய்ச்சியின் அடிப்படையில் நான் எழுத முற்ப்பட்டுள்ளேன்.

படிப்போம்!!

பயன் பெறுவோம்!!

1
முதல் நாள் கல்லூரியில்

பள்ளி முடித்து கல்லூரியில் சேரும் அனுபவமே மிகவும் சுவாரசியமானது தான் பெரும்பாலும் மாணவர்கல் பெற்றோர் விருப்பத்தாலும் அல்லது நண்பர்கள் அந்த கல்லூரியில் சேருகிறார்கள் என்பதற்காகவே அதே கல்லூரியில் அதே பாடப்பிரிவில் சேருகிறார்கள். இதில் சிலர் மட்டுமே சொந்த விருப்பத்தில் பிடித்த கல்லூரியில் பிடித்த பாடப்பிரிவில் சேர்ந்து படிப்பை தொடங்குகிறார்கள்.

Source: pinterest.com

அதன்பிறகு ஒரு நாள் பெற்றோர் உடன் கல்லூரியில் முதல் நாள் வரவேற்ப்பு விழா உடன் பல கனவுகளுடன் கல்லூரியில் முதல் அடி எடுத்து வைக்கும் அந்த இளம் பறவை போன்ற மாணவர்களுக்கு அங்கே தான் பறக்க கற்றுக் கொடுக்கப்படுகிறது. ஆனால் அந்த பறவை உயரப் பறப்பதும் தாழப் பறப்பதும், பறக்காமல் பறக்கும் பறவைகளை வேடிக்கைப் பார்ப்பதும் அந்த அந்த பறவை(அ) மாணவனை பொறுத்ததே!

அவன் முயன்றால் உயரத்தின் உயரத்தை தொட முடியும், முயற்சி என்பது ஒருவன் நினைத்தால் மட்டும் நடந்து விடாது அதற்கு அவனும் அவன் சுற்றுப் புறச்சூழலுமே பெரும்பாலும் முயற்சி செய்வதற்கு அவனை உந்தித் தள்ளுகின்றது.

இப்போது உங்களிடம் சொந்தமாக ஒரு வாகனமும் அதற்கு சாவியும், எரிபொருளும் இருக்கின்றது. அதை உங்களால் ஓட்டவும் முடியும், ஓட்டவும் தெரியும் என்று வைத்துக் கொள்ளுங்கள். அதில் அமர்ந்து உங்களுக்கு எங்கே செல்ல வேண்டுமென்று தெரிந்தால் தான் வாகனத்துக்கும், சாவிக்கும்,எரிபொருளுக்கும் பயன்.

இதையே சற்று மாணவர்களுக்கு என்ற கோணத்தில் பார்த்தால் வாகனம் தான் அவனது படிப்பு, சாவி தான் அவனது திறமை, எரிபொருள் தான் அவனது முயற்சி. இவை அனைத்தும் இருந்து நீ எங்கே செல்வது அல்லது குறிக்கோள் என்ன என்று நீ கண்டுப்பிடித்தால் மட்டுமே இவை அனைத்திற்க்கும் பயன்.

வெறும் சாவியை வைத்துப் பயன் இல்லை, எரிபொருள் இல்லாத வண்டியும் பயன் இல்லை.

ஆகவே முதல் அடி கல்லூரியில் வைக்கும் போதே வண்டி எங்கெ செல்லப் போகிறது என்பதை முடிவு எடுத்துக் கொள்வது அவசியம்.

குறிக்கோள் என்னவென்று தீர்மானிப்பதே மிகவும் கடினமான ஒன்றாக நமக்கு இருக்கிறது, எனக்கும் கூட அதை தீர்மானிப்பதில் மிகுந்த குழப்பம் ஏற்ப்பட்டது. மிக சுலபமாக அதை நாம் கண்டறிந்துவிடலாம்.

உன் மனம் சொல்வதை கேள் அது தான் உன் உண்மையான் நண்பன் அது உனக்கானதை எடுத்துத் தரும் இல்லை என்றால் அக்கம்ப் பக்கம் பார் எது நல்லது எது உனக்கானது என்பதை உன் மனம் உன்னிடம் சொல்லும்...

வேறு ஒருவரைப் பார்த்து நான் என் குறிக்கோளை நிர்மானிக்கலாமா? ஏன் கூடாது! வேறு ஒருவரைப் பார்த்து குறிக்கோளை நிர்மானிப்பது என்னைப் பொறுத்த வரையில் தவறு எதுவும் இல்லை!!

நாம் பேசுவதுக் கூட மற்றவரைப் பார்த்து என்று அறிவியல் சொல்லும்போது ஏன் மற்றவரைப் பார்த்து நாம் குறிக்கோளை நிர்மானிக்கக் கூடாது?

நமது குறிக்கோளை நிர்மானித்த உடனே அதற்க்குள் உனக்கான தனித்தன்மையை புகுத்திவிடு. நாம் மற்றவரைப் பார்த்து பேசுகிறோம், மற்றவரைப் பார்த்து

திரைப்படப் பாடலை பாடுகிறோம், பாடல் என்னவோ ஒன்றுதான் ஆனால் நாம் பாடுவதற்க்கும் திரைப்படப் பாடகர்ப் பாடுவதற்க்கும் நிச்சயம் வேறுபாடு இருக்கும் அந்த வேறுபாடு கேட்கும் படியோ கேட்காத படியோ இருப்பது நம் திறமையை பொறுத்தது அது போலவே உன் குறிக்கோளும் உன்னுடையதாகத் தனித்தன்மை-யோடு உனக்கு அது அழகானதாகவும் விருப்பமானதாகவும் இருந்தால் போதுமா-னது.

ஆங்கிலத்திலே சொல்வது போல் Short Term goal, Long term goal என்ன என்று நிர்மானிப்பது மிகவும் அவசியமாகிறது.

Short term goal என்பது நாளை இதை செய்ய வேண்டும் என்பது,

Long term goal என்பது என் வாழ்க்கையில் இது-வாக நான் இருக்க போகிறேன், பத்து வருடங்களில் இதை அடைந்து இருப்பேன் என்று குறிக்-கோளை உறுதிப் படுத்த வேண்டும்.

குறியை வைத்தால் மட்டும் போதாது கோல்(pen) உதவியுடன் குறிக்கோளை அடைய வேண்டும்.

Source: pinterest.com

2
நட்பு தான்!!

நட்பை நான் இரண்டாவதாக வைத்தற்க்குக் காரணம் அதனது முக்கியத்துவம் தான். நான் இதை திருக்குறளில் இருந்து ஆரம்பிக்க விரும்பிகிறேன்,

"பருகுவார் போலினும் பண்பிலாற் கேண்மை
பெருகலிற் குன்ற லினிது."

Source : Internet

தீய குணம் உள்ளவர்கள் அன்பு உள்ளவர்கள் போல் பழகுவார்கள் அவர்களுடன் நட்பை வளர்க்காமல் சுருக்கிக் கொள்வது சிறந்தது ஆகும்.

இதில் வள்ளுவர் கூறியது போலவே தான் கல்லூரி நட்பும் நீ யாரை தேர்ந்தெடுத்து நட்பு வைத்துக் கொள்கிறயோ நீ அவர்களாகவே மாறிப் போகிறாய்.

நீ ஒரு நல்ல் நண்பனிடம் நட்பு வைத்து இருக்கிறாய் என்று வைத்துக் கொள்வோம். எடுத்துக்காட்டாக ஒரு புத்தகம் படிக்கும் நண்பனிடம் நட்பு பாராட்டினால் அவனுடன் சேர்ந்து நீயும் கல்லூரி முடிந்ததும் நூலகத்திற்க்கு தான் செல்வாய், இதுவெ ஒரு உணவு பிரியரிடம் நட்பு பாராட்டினால் நீ கல்லூரி முடிந்ததும் உணவகத்திற்க்கு தான் செல்வாய்.

நாம் ஒன்றும் பெரிய ஞானியோ குருக்களோ இல்லை ஒருவனை கண்டதும் நல்லவனா கெட்டவனா என்று கண்டுப்பிடிப்பதற்கு.

இதற்க்கு ஒரு வழி தான் உண்டு அது அனைவரிடமும் நட்பு பாராட்டு!! அவரிடம் தீய குணங்களோ தீய தன்மைகளோ இருக்கும் என்று அறிந்தவுடன் அவரிடம் இருந்து சற்று விலகி நட்பின் அடர்த்தியை குறைப்பது நல்லது.

நட்பு என்பது மிகவும் முக்கியமனது தான் ஆனான் அது உன் குறிக்கோளை நோக்கி உன்னை செலுத்த வேண்டுமெ தவிர அது உன் பாய்ச்சலுக்கு ஒருபோதும் தடையாக இருக்க கூடாது. நான் பார்த்து இருக்கிறேன் ஒருவன் கல்லூரிக்கு வரவில்லை என்றால் உடனே அவனது நண்பனும் அன்றைக்கு வகுப்புக்கு வரமாட்டான், அவர்களது நட்பு இந்த அளவில் தான் இருக்கிறது முதலில் எதேர்ச்சையாக தெரியும் பிறகு போக போக அதுவெ அவனை கல்லூரிக்கே ஒரு முழுக்கு போட வைத்துவிடும்.

நாம் படிப்பது என்பது இரண்டாம் நிலை தான் முதலில் கல்லூரியின் மேல் மதிப்பும் அதற்கு கட்டுப்ப்ட்டவனாக இருக்க வேண்டும். அப்போது உன் வாழ்க்கை மிக சுலபமானது ஆகிவிடும்.

நல்ல நண்பன் அவனது தோழன் வகுப்புக்கு வரவில்லை என்று தெரிந்த உடன் அவனுக்கும் சேர்த்து பாடம் கவனித்து குறிப்பு எடுத்து வைப்பதே ஆரோக்கியமான நட்பு என்று நாம் நம்பிக்கை அடையலாம்.

அவன் உன் முன்னேற்றத்திற்க்காக உழைக்க வேண்டும் நீ அவனுக்காக செயல்படவேண்டும்.

நட்பில் ஆண், பெண் என்பது இல்லை அங்கே நான் மறைந்து நாம் வாழ்க்கையில் வெற்றி பெற வேண்டும் என்பது மட்டுமே இலக்காய் செயல்பட வேண்டும்.

நீ உன் குறிக்கோளை அடைய முதலில் நீ செய்ய வேண்டிய விஷயம் உன் நண்பனின் குறிக்கோளை அவன் அடைவதற்கு உதவி செய்வது.

எப்போது நீ எதை செய்தாலும் அது உனக்காக என்று சுய எண்ணத்தோடு எப்போதும் அதை செய்யாதே, அது உன்னை தனிமைப் படுத்திவிடும். எனக்காக செய்கிறேன் என்ற எண்ணம் உனக்குள் உதித்த உடனே அங்கே நீ தனிமை பட்டு போகிறாய். செய்கின்ற காரியம் எதுவாக இருந்தாலும் சரி, படிப்பது ஒரு தகவலை

சேகரிப்பதாக இருந்தலும் அதை மற்றவரிடமும் நம் நண்பரிடமும் பகிர்ந்து அவர்களுக்கும் அந்த அறிவு சுவையை சுவைக்க தருவதே சிறந்தது. நமக்காக மற்றவர்களுக்காக என்று நாம் பார்க்கும் போது உனக்குள் ஒரு ஒற்றுமை ஏற்ப்படுத்தும்.

அதுப்போல உன் முன்னேற்றத்திற்கு மிகப்பெரிய சான்றாக பயனுள்ளதாகவும் இருக்கும் ஒரு பழமொழியை சொல்ல விரும்பிகிறேன்,

“ஊரார்ப் பிள்ளையை ஊட்டி வளர்த்தால் தன் பிள்ளை தானே வளரும்” என்பதை நமக்கு தகுந்த நடையில் சொன்னால்,

“ஊரார் மூளையை ஊட்டி வளர்த்தால் உன் மூளை தானே வளரும்”.

நட்பை தேர்ந்து எடுப்பதில் மிக கவனம் தேவை என்பதெ என் நிலைப்பாடு. மல்லிகை பூ உடன் சேர்ந்தால் நீயும் மல்லிகை மணம் வீசுவாய்.

நீ பஞ்சு என்றால் உன்னை நூலக்கி சட்டையாக்க வேண்டும். அதுவே உனக்கு மதிப்பு, மாறாக தீய நட்பு உன்னை மெல்ல மெல்ல பிரித்து காற்றில் பறக்கவிடும்.

பஞ்சில் இருந்து சட்டையனால் உனக்கு மதிப்பும், மரியாதையும்...பஞ்சில் இருந்து வெறும் இழையாய் மாறி ஒன்றும் இல்லமல் போனால் மதிப்பு ஏது?

கூடா நட்பு கேடாய் விளையும்!

3

எது சுதந்திரம்!!

நம் மாணவர்கள் அனைவரும் சுதந்திரமாக இருக்கவே விரும்பிகிறார்கள் ஆனால் அவர்களுக்கு எது சுதந்திரம் என்று தெரிவதில்லை அதை பற்றிய விழிப்புணர்வும் குறைவாகவே இருக்கிறது.

சுதந்திரம் என்னை பொருத்தவரையில் அது ஒரு எல்லைக்கு உட்ப்பட்டது தான், நீ சுதந்திரத்திற்க்கு எல்லை இல்லை என்று நினைத்தால் இதை எண்ணிப்பாருங்கள், ஒரு எல்லை இல்லாத சாவனக் காட்டில் நீ தனித்து விடப்பட்டு இருக்கிறாய் அங்கே உனக்கு முழு சுதந்திரம் உள்ளது உன்னை கட்டுப்பதுத்த யாரும் இல்லை அந்த காட்டிற்கு எல்லையும் இல்லை அங்கே நீ மகிழ்ச்சியுடன் எவ்வளவு காலம் இருக்க முடியும்?

சுதந்திரம் இருக்கிறது ஆனால் அதற்கு எல்லை இல்லை என்றாலும் அங்கே மகிழ்ச்சி சில காலம் மட்டுமே!

கல்லூரியிலும் அப்படியே! கல்லூரியில் படிப்பதிற்க்கும் உன் திறனை மேன்ப்படுத்திக் கொள்ளவும் உனக்கு சுதந்திரம் உள்ளது.

ஆனால் கல்லூரிகளில் சில எல்லை வைத்து இருப்பார்கள் அது உன் சுதந்திரத்தை சீர்குலைப்பதற்க்கு அல்ல! உன்னை வழிகாட்டி செல்வதற்கே!

“எல்லைகள் வரை அரைக்காத வாழ்க்கையும், கடலில் எல்லை அறியாத கப்பலும் கரையைத்தான் சேருமா?

ஆகையால் மாணவன் அதன் கல்லூரியில் கட்டுப்பாடு எல்லைக்குள் இருந்து திறனை மேன்ப்படுத்திக் கொள்வதே புத்திசலிதனம்.

எனது வகுப்பில் சில தோழர்கள் வகுப்புக்கு வருவதே அதிசியம். கல்லூரி காலத்தில் என் கண்முன்னேப் பார்த்து இருக்கிறேன், இதை உங்களிடம் நான் பகிர்ந்துக் கொள்கிறேன்.

நாம் அனைவரும் ஒரு வானொலிப் பொட்டி போலத் தான் நாம் எப்போது படிப்பதற்க்கான அலை வரிசையில் இருக்க வேண்டும், எண்ண அலைகள் சாத-ரணமானது அல்ல அதற்கு மிகுந்த சக்தி உள்ளது. நீ முதலில் உன் எண்ண அலையை படிப்பதற்க்கான Frequency-யில் உன் மனதை Tune செய்யவேண்-டும். அப்போது தான் அது உனக்குக் கைக்கொடுக்கும்.

நான் முன்பே குறிப்பிட்டதுப் போல என் வகுப்புத் தோழர்கள் அப்போது அவர்கானது எண்ண் அலை வரிசையை மகிழ்ச்சி, கொண்டாட்டம், சோம்பேறித்-தனம் என்ற எண்ணங்களுக்கு ஏற்றப்படி செய்து விட்டார்கள்.

விளைவும் அதற்கு ஏற்ற வடிவில் தான் அமைந்தது. மகிழ்ச்சியும், கொண்-டட்டமும் வந்தது. ஆனால் அது சில காலத்திற்கே! எப்போது நீ எல்லையைத் தாண்டி செல்ல நினைத்து எல்லையை கடந்தாயோ அப்போதே உன் கப்பல் உன் கட்டுப்பாட்டை இழந்துவிடும்.

அதன்பிறகு அதை கட்டுப்படுத்துவது மிகவும் சிரமம் ஆகிவிடும். அதேபோல் அவர்களின் வாழ்க்கையும் கட்டுப்படுத்த முடியாததாகி விட்டது விளைவு.

அன்று மகிழ்ச்சி..

இன்று வருத்தம்! கஷ்டம்!

புரிந்துகொள்..

புறப்படு குறிக்கோளை நோக்கி!!

4
மனதை பழக்கு

நட்பைப் பற்றியும் சுதந்திரத்தைப் பற்றியும் கடந்த அத்தியாயத்தில் நாம் பார்த்தோம். அதைப் பற்றி சொல்லிவிட்டு அதற்கு மூலக்காரணமான மனதைப் பற்றி பேசாமல் கடந்து சென்று விட முடியுமா?

மனம் என்பது கற்பனையே நீ உன் கற்பனையை எந்த அளவில் அழகாக செதுக்குகிறாயோ அந்த அளவில் உன் மனம் பக்குவப்படும். நல்ல கற்பனையை நீ வளர்த்துக் கொண்டே போனால் அது நிச்சயம் உன்னை நல்ல முடிவுக்கே எடுத்து செல்லும்.

உன் மனதில் நீ ஒரு செயலை கற்பனை செய்து அதற்கான வேலைகளில் நீ ஈடுபட்டு கொண்டு இருந்தால் அந்த மன ஆற்றலே உனக்கு தேவையான நட்பு, சுதந்திரம், ஆற்றல் போன்ற அனைத்தையும் உனக்காக மனம் பெற்றுத் தரும்.

மனதின் ஆற்றல் அதன் வலிமையை நமக்கு கற்றுத்தர பல புத்தகங்கள் நம்மைச் சுற்றி மலை போல் குவிந்துக் கிடக்கின்றன. நான் முன்னே குறிப்பிட்டது போல ஒரு குறிக்கோளை உருவாக்கி அதை உன் மனதால் கற்பனை செய்து அசை எனும் உரம் போட்டு நம்பிக்கை எனும் நீர் ஊற்றி மனதால் குறிக்கோளை நோக்கி செல். அது உனக்காக மாபெரும் மரமாய் வளர்ந்துப் பூப்பூத்து கனியும் உன்னை வரவேற்க்கும்.

மனதைப் பற்றியும் எண்ணங்கள்ப் பற்றியும் பல இரகசியம் இருக்கின்றன. அதில் சிலவற்றை எடுத்து கூறுகிறேன் இரகசியம் புத்தகத்திலிருந்து,

''மன ஆற்றலின் துடிப்புகள் தான் இருப்பதிலேயே மிகவும் சிறந்தவை; அதனால் அவை இருப்பதிலேயே அதிக சக்தி வாய்ந்தவையாக விளங்குகின்றன''

இது போன்ற பல முக்கியமான மன ஆற்றல் பற்றிய செய்திகள் இந்த புத்தகத்தில் நாம் காணலாம். அனைவரும் படிக்கவேண்டிய புத்தகம் அது.

சரி!! விஷயத்திற்கு வருகிறேன், மனதை எவ்வாறு பழக்குவது? அது எப்படி? என்று கேள்வி வரும் சுலபம் தான்!

மனம் என்று சொன்னவுடன் கற்பனை என்ற சொல்லும் நினைவில் வந்தால் போதும். எடுத்துக்காட்டுக்கு தேர்வில் தேர்ச்சி பெறவேண்டும். இதற்கு மனதை எவ்வாறு பழக்குவது? நீ தேர்வில் தேர்ச்சிப்பெற்று விட்டாய் என்று கற்பனை செய்துகொள், அந்த கற்பனையை நம்ப தொடங்கி விடு. உன்னை உன்மன ஆற்றல் உன்னை தேர்ச்சிபெற வைத்துவிடும்.

இதையே நாம் அதை செயல்களிலும், அனைத்து குறிக்கோள்களிலும் நடைமுறைப் படுத்தி மனதை எளிமையாகப் பழக்கிக்கொள்ளலாம். உன் குறிக்கோளையும் நீ அதை உன் மனதிற்கு பழக்குவதிற்கு தூங்கும் முன் அத கற்பனை செய்து தூங்க செல்வது கூடுதல் பயனைத் தரும்.

மனம் என்பது எல்லையற்றது, ஒவ்வொரு நொடியும் உனக்கு தேவை உள்ளதையும் உன் குறிக்கோளுக்கு தொடர்புடைய பொருள்களை அல்லது படங்களை உங்கள் கண்களிலும், மனதிலும் பார்க்கும் படியாக உங்களது இடத்தை அமைத்துக் கொள்ளுங்கள். அது பெரும் ஈர்ப்புவிசையை உங்கள் பக்கம் இழுத்துத்தரும்.

நான் கூறியது வெறும் 0.0014 சதவீதம் கூட இல்லாமல் இருக்கலாம் ஏன் என்றால் ஒரு குறுகிய வட்டத்திற்குள் நம் மனதை அடக்கிவிட முடியாது. அது எல்லையற்றது.

கற்பனை செய்!!

கற்பனையை கற்பனை செய்!! இரவும் பகலும் அந்த கற்பனையில் வாழ், அதுவே போதுமானது.

அப்துல் கலாம் சொன்னது போல் கனவு காணுங்கள், கனவை கற்பனையாக்கி கற்பனையை மனதுக்குள் செலுத்த பயனுள்ள சில குறிப்புகள்,

தேவைகளை குறிப்புகள் எடுத்துக் கொள்

பட்டியல் இடு.

எளிதில் காணக்கூடிய இடத்தில் அதை ஒட்டுக.

குறிக்கோளையும் தேவையானவற்றையும் கற்பனை செய்க.

தூக்கம் தான் மனதிற்கு அவசியமானது.

5

முடியும்?

" Learn to say No" என்று ஆங்கிலத்தில் ஒரு வாக்கியம் உண்டு. இதை நாம் தவறாக புரிந்துக் கொள்கிறோம். எதற்கு எடுத்தாலும் முடியாது அல்லது முடியுமா? என்ற சிந்தனையே தேவையற்றது.

எப்போதும் முடியும் உன்னால் முடியும், நான் செய்து விடுவேன் என்ற எண்ணம்மே உன்னை உயர்த்தும். "Learn to say YES for most of the things" என்பதே என் நிலைப்பாடு.

ஒருவர் உன்னிடம் ஒரு வேலையை செய்து தர முடியுமா என்று கேட்டால் முதலில் உனக்கு அந்த வேலை ஓரளவிற்கு தெரிந்து இருந்தால் கூட என்னால் முடியும் என்று பெற்றுக்கொள்வதே மிகவும் புத்திசாலிதனம்.

ஒரு முறை முடியும் என்று சொல்லிவிட்டாய் என்றால் அதிலிருந்து பின்வாங்குவது இயலாத காரியம், முடியும் என்ற சொல் அறிவை தரும். அது தான் உன்னை அறிவுடையவனாக மாற்றும்.

முடியும் என்று சொன்ன பிறகே உனக்குள் ஒரு உந்து சக்தி பிறக்கும், அது உன்னை உன் செயலை நோக்கி நகர்த்தும், தெரியாததை தெரிந்துக்கொண்டு எடுத்தக் காரியத்தை சிறப்பாக செய்து முடிப்பாய்.

"Learn to say No" என்ற இந்த வரி ஒருபோதும் உன்னை முன்னே செல்லவிடாமல் ஒரு பாதுகாப்பு வளையத்திற்க்குள்ளேயே வைத்து இருக்கும். முடியாது என்பது உன்னை தவறான முறையில் வெளிப்படுத்தவும் செய்யலாம்.

நாம் முடியும் முடியாது என்று கூறுவது அதன் பயனை பொருத்தே! அதன் பயன் உன்னை முன்னோக்கி செல்லும் எனில் அதை தாரளமாக எடுத்து செய்

முடியாது என்று சொல்லும்போதே அதற்கு என தனிப்பட்ட இலக்கத்தை உனக்குள் வகுத்துக்கொள். முடியாது என்ற பதிலை கூறினால் அதில் அர்த்தங்கள் மறைந்து இருக்க வேண்டும்.

ஒரு செயல் உன்னை செயல்படாமல் இருக்க முயற்ச்சி செய்கிறது என்றால் முடியாது என்று பதில் சொல். தவறான வழியில் உன்னை எடுத்து செல்கிறது என்றால் முடியாது என்று பதில் சொல்.

சுருக்காமக சொல்லலாம் என்றால் உனக்கும் உன் குறிக்கோளுக்கும் ஒரு முன்னேற்றத்தைத் தருமானால் நீ முடியும் என்று துணிந்து செல்.

உன்க்கும் உன் குறிக்கோளுக்கும் தடையாய் இருக்குமானால் முடியாது என்று மறுத்துவிடு அதுவே சிறந்தது.

முடியும் உன்னால் முடியும்!!

6

மேலாண்மை

பொதுவாக மேலாண்மை என்பது ஒரு திட்டமிடல் அல்லது எதாவது ஒரு செயலை நிர்வகிப்பது பொருள். இதை நாம் அறிந்ததே.

இந்த அத்தியாயத்தில் நாம் நேர மேலாண்மை, ஆளுமைட் திறன் மேலாண்மை, மன அழுத்தத்தை எவ்வாறு நிர்வகிப்பது, உணவு முறையை எவ்வாறு மேலாண்மை செய்வது மற்றும் பொது மேலாண்மை சிந்தனைகளை பற்றி நாம் ஆராய்ச்சி செய்வோம். நாம் குறிப்பிட போவது அல்லது இந்த அத்தியாயத்தில் நாம் காணப்போகும் அனைத்தும் அனைவருக்கும் பொருந்தும் என்று நான் நினைக்கவில்லை அது அவரவர் மனப்பக்குவத்திற்கு உட்பட்டதே.

முதலில் நேர மேலாண்மையை பற்றி பார்ப்போம், நேரம் என்பது ஒரு விலை மதிப்பில்லாப் பொருள் என்று வைத்து கொள்வோம். நீ படித்தவனா? பணம்

வைத்து இருக்கிறாயா? நீ அரசனா? ஆண்டியா? என்று அதற்கு தெரியாது அது உனக்கான நேரத்தை சரியாக உன்னிடம் கொடுத்து விடுகிறது. அது கொடுத்ததை நீ எவ்வாறு பயன் படுத்துகிறாய் என்பதே நாம் கவனிக்க வேண்டியது.

நேரத்தை சரியாக பயன் படுத்தினால் நீ அரசன் ஆகலாம். நேரத்தைக் கழித்-தால் ஆண்டியும் ஆகலாம்.

ஒரு கல்லூரி மாணவன் எட்டு மணி நேரம் கல்லூரியில் செலவு செய்கிறான், பதினாறு மணி நேரம் வீட்டில் செலவு செய்கிறான். இவன் செலவு செய்வதை கடவுள் சரியாக அடுத்த நாள் வரவு வைத்துவிடுகிறான்.அவன் செலவு செய்வது சம்பாரிக்க முடியாது என்பது தெரியாமல்.

இதற்கு மேல் கதைசொல்லி உங்களை சலிப்படைய வைக்க நான் விரும்ப-வில்லை. நேராக விஷயத்திற்கு வருகிறேன். கல்லூரியில் எட்டு மணி நேரம், இது உன் நண்பர்களுடன் பழகுவதற்கும் சமூகத்தை அறிந்து பாடம் கற்கவே! இதில் நான் ஒன்று பரிந்துரை செய்யப்போவது இல்லை. ஏனென்றால் அது உனது ஆசி-ரியர் மற்றும் கல்லூரியின் கட்டுப்பாட்டில் உள்ள நேரம்.

வீட்டில் உள்ள பதினாறு மணிநேரத்தில் ஒரு எட்டு மணிநேரம் உன் தூக்கத்-திற்கு செலவாகி விடும்.மீதம் உள்ள எட்டு மணிநேரத்திற்கு மட்டும் தான் நாம் ஆராய்ச்சியை தொடர முடியும்.இதை செய்ய முக்கியமான மூலப் பொருள்கள்,

திட்டமிடல்

முன்னுரிமை

ஒழுங்கமைப்பு

செயல்படுத்து

உன்னுடைய குறிக்கோளை முதலில் திட்டமிடு எது உனக்கு முக்கியம் என்-பதை கண்டு அறிந்து முன்னுரிமை கொடு. அதை உன் கால அட்டவணைக்கு ஒழுங்குபடுத்து அல்லது ஒழுங்கமைப்பு செய் பிறகு செயல்படுத்து.

இந்த எதார்த்த உலகில் நான் உங்களிடம் எதார்த்தை மட்டுமே கூற முற்படு-கிறேன். நிச்சயம் ஒரு மாணவன் இக்காலத்து மாணவர்கள் காலை ஐந்து மணிக்கு எழுந்து படிப்பது சாத்தியமா? எதோ ஒருவனால் முடியும் ஆனால் பெரும் பகுதி-யினருக்கு அது (ஐந்து மணி) என்பது நடு இரவே.

எதார்த்தமகவும், தர்கரீதியாகவும் இன்றைய மாணவர்களுக்கு நேர மேலாண்-மையை கூறலாம் என்றால் மாலை ஆறு மணிக்கு கல்லூரி முடித்து வீடு திரும்பு-கிறாய் என்றால் இரவு உணவு முடித்தவுடன் உன் குறிக்கோளிற்க்காக சிறிது நேரம் செலவு செய். பிறகு ஓய்வு எடுக்கும் நேரத்தில் திரைப்படம் அல்லது பாடல்களை கேட்காமல் உன் அறிவு சிந்தனைக்கு தீனி போடும் வகையில் பிடித்ததை செய், இதுவும் ஒரு ஆராய்ச்சியே!!

நினைவில் வைத்துக் கொள், காலம் என்பது பணம் போல செலவு செய்வது உறுதி!! அதை முதலீடுகளில் செலவு செய்.

அதை ஆசை, ஓயாமல் ஓய்வு மற்றும் உன்னை அறியாமல் உன்னை அரிக்கும் முதலைகளிடம் செலவு செய்யாதே!!

அடுத்ததாக ஆளுமைத்திறனுக்கு செல்வோம். ஆளுமை சிலரிடம் தான் இருக்கும். நான் சாதாரண மாணவன் என்றும் என்னிடம் எப்படி ஆளுமைத்திறன் இருக்கமுடியும் என்று சிந்திப்பது சரிதான். ஆளுமை என்றால் ஆளுவது என்று பொருள் அல்ல அது நீ உன்னை எவ்வாறு ஆளுமை செய்கிறாய் என்பதை பொருத்ததே!

மனம் உன் சொல்லை கேட்கவேண்டும், உன் கை முதல் கால் வரை அனைத்தும் உன் கட்டுப்பாட்டில் வைத்து இருந்தாலே போதும் நீயே சிறந்த சர்வாதிகாரி. ஆளுமைத் திறனுக்கு இது போதுமானது.

ஒருவனது உடல், மனம், மூளை இவை அனைத்தும் ஒன்றாய் ஒரே ஆளுமைக்கு உட்ப்பட்டு நடந்தால் அதுவே உன் வெற்றிக்கு தொடக்கப் புள்ளியாக அமையும்.

கல்லூரியில் இருப்பவர்களுக்கே மனக்கட்டுபாடு அவசியம் தேவைப்படுகிறது. உன் வேலை படிப்பது மட்டுமே அதை மன உறுதியுடன் செய்.

சில சமயம் ஆசை ஒரு பொருளின் மீதோ, ஒரு ஆள் மீதோ சாய்வது உண்டு. அவருக்கு ஆசையை கொடு, மனதை கொடு, நம்பிக்கையை கொடு, ஒருபோதும் நீ நடக்கும் பாதையை, உன் குறிக்கோளை விட்டுக் கொடுக்காதே!

மனம், ஆசை, நம்பிக்கை, காதல் அனைத்தைற்கும் உருவம் இல்லை. ஆனால் உனக்கும் உன் குறிக்கோளுக்கும் உருவம் உண்டு, ஒரு நாள் நீ அதை தொடுவாய்.

தொட முடியாதது ஆசை, காதல் அனைத்தும் அவை உணர்ச்சியே!

பொது ஆளுமை என்பது உன் துணிவை பொருத்தது. நல்ல செயல் என்று தெரிந்தால் அதை துணிவுடன் செய், அது ஆசிரியர் கேள்விக்கு பதில் ஆகட்டும், எதுவாக இருந்தாலும் பதில்க்கொடு. சரியோ தவறோ நீ ஆளுமை பெற அதுவே முதல்படி.

ஒரு சிந்தனையாளனாய் செயல்படு, சமூகத்தின் அசைவுகளுக்கு ஏற்ப ஒன்றினைந்து செயல்படு.

"Say yes if your heart says yes" இந்த வாக்கியத்தை மனதில் வைத்து செயல்பட்டால் ஆளுமைத் திறன் உன்னைப் பற்றிக் கொள்ளும்.

அடுத்தது மன அழுத்தம் பற்றியதே, ஒரு பொது சிந்தனையாளனாக மற்றும் ஒரு குறிக்கோளை நோக்கி செல்லும் அம்பு போல இருந்தால் மனஅழுத்தம் என்பது இருக்க வாய்ப்பு இல்லை. ஆனால் நாம் ஞானியோ, துறவியோ இல்லை,

சாதாரண மனிதர் அல்லவா! நம் மனதை நேர்க்கோட்டில் செலுத்த நாம் முயற்ச்-சிப்பது இல்லை. பல கல்லூரி மாணவர்களால் அதை செய்யவும் இயலாது, இதுவே உண்மை.

துன்பத்தைப் பற்றியும், மன அழுத்தம் பற்றியும் அதில் இருந்து எவ்வாறு வெளியே வருவது பற்றியும் கவிஞர் கண்ணதாசன் அவர்கள் எழுதிய " துன்-பங்களில் இருந்து விடுதலை" என்ற புத்தகத்தில் இருந்து நான் மிகவும் அறிந்து கொண்டேன் என்றே சொல்லலாம்.

மாணவர்கள் பெரும்பாலும் சில மாய வலையில் சுலபமாக அடைபட்டு விடு-கிறார்கள். அதில் கூடா நட்பு, தீயப்பழக்கம் மற்றும் தவறான இடத்தில் தவறான நேரத்தில் காதல் செய்வதே!!

காதலைப் பற்றி காந்தியடிகளும் கூறுகையில் அவர் அதை தேவையானது, தவிர்க்க முடியாதது என்று குறிப்பிடுகிறார். காதலால் மனவருத்தம் அடைந்தால் நீ கவலைப்படதே! தவறு உன்னிடம் இருந்தல் கலில் விழு இல்லை என்றால் உதாரி விடு! துங்கி விடு!!

பெரும் மாணவர்களுக்கு மன அழுத்தம் என்பது அவர்களிடம் உள்ள செல்-போனால் வருவதே. அதை தெரியாததை தெரிந்து கொள்ள பயன்படுத்தினால் செல்போனினால் உனக்கு சொர்க்கம். அதை ஒரு குறிப்பிட்ட நேரத்திற்க்கு மேல் பயன்படுத்தினால் அது உன்னை நரகத்திற்க்கு எடுத்து செல்லும். நரகம் என்பது மன அழுத்தமே.

முதல்படி ஒரு மெல்லிசையை கேட்பதே உன் மனதை அமைதிப்படுத்தும், ஆடிப்பாடினாலும் கூட தவறில்லை. ஒரு நடனம் அந்த பாடலுக்கு ஏற்ப நாம் ஆடுவதால் குறையும் மன அழுத்தம் மீதம் உள்ள முறைகளை விடவே அதிகம் உள்ளது. ஒருமுறை செய்துப் பாருங்கள், இசை உன்னை உருக்கும்!

அடுத்த முறை முதலில் செல்போனை சைலண்டில் வைத்துவிட்டு கண்களை மூடி என்ன? எதற்கு? எப்போது? என்ற கேள்வியைக் கேட்டுப்பாருங்கள், உங்க-ளுக்கேப் புரியும்.

" அட மடையனே இதற்கா இப்படி இருக்கேன்" என்று தோன்றும். அது தான் முக்கியம் எப்போதும் இதை நினைத்துக் கொள்ளுங்கள்.

மாணவர்களுக்கு ஏற்ற வகையில் சொல்கிறேன், தமிழில் பிழை இருந்தால் மன்னிக்கவும்!!!!!

கண்ணை மூடிக்கொள்ளுங்கள்,

" யார்ரா நீ? யாரு நீ?

இப்படி மன அழுத்தத்தில் இருந்தால் சரி ஆயிருமா?

நடப்பது நடந்தே தீரும்!

நடக்கனும்னு இருந்தா கண்டிப்பா நடக்கும்!

உன் கையில் ஒன்னுமே இல்லை,
உன்னால முடிஞ்சது கிடைச்சா புடிச்சுக்கோ!
கிடைக்கலனு ஏங்காதே!
அவ்ளோதான் சொல்லுவேன்,
புரிஞ்சுக்கோ! பொழச்சுக்கோ!
எதுவும் உனக்கு சொந்தம் இல்லை!!!!!"

இதை மனதில் வைத்துக் கொள்ளுங்கள், வாழ்க்கை மிகவும் இனிமையானதாக இருக்கும்.

உணவு மேலாண்மையில் பகிர்வதற்க்கு மலை அளவுக்கு விஷயம் இருக்கிறத். அதில் நான் சிலவற்றை மட்டும் நான் உங்களிடம் சொல்கிறேன்.

நமக்கு நங்கு தெரிந்த மகாத்மா காந்தி செய்த உணவு ஆராய்ச்சியை படித்தால் மிகவும் வியப்பாக உள்ளது. அவர் சைவ உணவையே மிகவும் விரும்பி சாப்பிட்டிருக்கிறார், அதுவும் அவர் இங்கிலாந்தில் சைவ உணவு கிடைக்காத சூழலிலும் அவர் மன உறுதியுடன் சைவ உணவையே சாப்பிட்டுள்ளார்.

அவரைப் போல் நான் கட்டுப்பாட்டுடன் இருப்பது மிகவும் கடினம் தான். சுலபமான வழி என்ன என்று நாம் தேடினால் அதற்கு பதில் நாவை கட்டுப்பாட்டுடன் வைப்பதே! இதை சாப்பிடாதே என்று நான் சொன்னால் நீங்கள் அதை கடைப்பிடிப்பது கேள்விக்குறி தான்! எளிமையாக சொல்கிறேன் நான்கு தோசை சாப்பிடுடும் இடத்தில் இரண்டு அல்லது மூன்றுடன் நிப்பாட்டிகொள்வதே சிறந்தது. விரைவு உணவை உண்ணும் ஆர்வம் நம்மிடம் அதிகம் உள்ளது, தினமும் அதை சாப்பிடாமல் அதை மாதம் ஒரு முறை அல்லது இரு மாதத்திற்கு ஒரு முறை என்று அளவுடன் சாப்பிடுங்கள். மெல்ல மெல்ல அதை புறம் தள்ளிவிடலாம்.

விரைவு உணவை தவிர்த்தால் நம் வயிற்றிற்க்கும் நல்லது, உணவகத்தில் சாப்பிடும் பொழுது கஞ்சமாகவே இருங்கள், அதுவே நல்லது.

உண்ணக் கூடாத முறைகள் என்று ஆசாரக் கோவை எனும் நூல் நுட்பமான முறையில் கூறுகிறது. அது,

" கிடந்துண்ணார் நின்றுண்ணார் வெள்ளிடையும் உண்ணார்
சிறந்து மிகவுண்ணார் கட்டின்மேலுண்ணார்
இறந்தொன்று நீ தின்னற்க நின்று"

இதற்கு விளக்க உரையை கூறுகிறேன்,

"நல்லோர், படுத்தபடி உணவை உண்ணமாட்டார், நின்ற வண்ணம் உண்ணமாட்டார், வெட்டவெளியில் உண்ணமாட்டார், விருப்பத்துடன் மிகுதியாக உண்ணமாட்டார், கட்டிலின் மேல் அமர்ந்து உண்ணமாட்டார், பசி அடங்கிய நிலையில் ஒன்றையும் உண்ணமாட்டார்".

இதில் கூறியுள்ளவற்றை நாம் அன்றாடம் செய்து, இதில் கூறியதை தவிர்க்க முயற்சி செய்வோம், வாழ்வையும் உடலையும் நன்றாக பாதுகாத்து வளம் பெறு-வோம்.

அடுத்தது நாம் பொதுமேலாண்மைக்கு செல்வோம். இது நடை, உடை, பாவனை என்று அனைத்தையும் உள்ளடக்கியது. இதை நாம் பின்வரும் அத்தி-யாயத்தில் காண்போம், ஒரு சிறு சிறுத் தலைப்புகளாக.

7

புறம்

புறம் என்றால் என்னவென்று நாம் அறிந்ததே!

இந்த தலைப்புக்கு நான் உரை கூற அவசியம் இருக்காது என்று நான் எண்ணுகிறேன்.

இதில் நாம் கல்லூரி மாணவர்களின் புறத்தோற்றம் பற்றி பார்க்க இருக்கிறோம். முதலில் உடையில் இருந்து ஆரம்பிக்கலாம். கல்லூரியிலும் சரி வேலை செய்ய போகும் இடத்திலும் சரி முதலில் ஆடை தான் நம்மை பற்றிய ஓர பிம்பத்தை உண்டாக்கும்.

உனது உடை சுருக்கம் மற்றும் இன்றைய நாளில் பயன்படுத்தும் Jeans, torn jeans, shirt போல இல்லாமல் இருப்பது சிறந்தது.

பெரும்பாலும் formal shirts and pants- யே நான் பரிந்துரை செய்கிறேன்.முதலில் formal அணிய சிறிது தயக்கமாக தான் இருக்கும், பின்பு அதற்கு உன்னை பிடித்துவிடும். பெண்களுக்கும் அதேதான் அடர்த்தி குறைவான வண்ண உடையை பயன்படுத்துவது சிறந்தது. கலர் சைக்காலஜியில் கூறுவது போல் வெள்ளை உடையைப் பயன்படுத்தினால் அது உன் மீது ஒரு நல்ல எண்ணம் உருவாக காரணமாக இருக்கும்.

எதிலும் அளவாக இருந்தால் தப்பு இல்லை, அதே போல் தான் தலை முடியாக இருந்தாலும் இதை குறிப்பாக ஆண்களுக்கு மட்டும் கூறுகிறேன்.

முடி குறைவாக இருந்தால் பராமரிப்பு நேரமும் சக்தியும் குறையும், அதை நாம் வாழ்க்கை முன்னெற்றத்திற்கு பயன்படுத்தலாம்.

இதற்கு என்று இராணுவ வீரரை போன்றோ இல்லை சன்னியாசி போன்றோ முடியை முழுமையாக குறைக்க நான் சொல்லவில்லை, அளவோடு வளர்த்து வளமான நேரத்தையும் உடல் நலனையும் பெறுங்கள்.

Enter Caption

ஆடையை பற்றி கூறினேன், முடியை பற்றியும் பார்த்தோம். அடுத்தது ஒரு நேர்முகத்தேர்வுக்கு நாம் செல்வோம் என்றால் அங்கு நேர்காணல் செய்பவருக்கு முதலில் தெரிவது உனதூடை மற்றும் உன் முடி மட்டுமே. அதன் பிறகு நீங்கள் அமர்ந்த உடன் அவர் கண்களில் படுவது நீங்கள் அணிந்து இருக்கும் நகைகளே! பெரும்பாலும் விலை உயர்ந்த நகைகளை அணிவதை தவிர்த்துவிடுங்கள்.

புறத்தோற்றத்தில் முக்கியமானது நடை, ஒருவரின் நடையை பொருத்தே அவன் எப்படி பட்டவன் என்றும் அவன் குணாதிசியங்களையும் நம்மால் அறிய முடியும். அவன் குனிந்து தோள்ப்பட்டைகள் சற்று குறுகிய நிலையில் இருந்தால் அவன் தனிமையை விரும்புகிறவன், துணிச்சல் குறைந்தவன் என்று விஞ்ஞா-னிகள் கூறுகிறார்கள். அதேபோல் ஒருவன் நஙு நிமிர்ந்து கூரியப் பார்வையுடன் நேர்கொண்டு நடந்தான் என்றால் அவன் மனவலிமையையும், அவன் துணிச்சல் திறனையும் அது வெளிப்படுத்தும், இதுவே பொதுவான கருத்து.

பொதுவாக நாம் வாசனை திரவியங்களை பயன்படுத்துவது உண்டு, அதில் குறைந்த மணம் வரும் திரவியங்களை பயன்படுத்துவது நல்லது, என்னைக் கேட்-டால் அதை தவிர்த்துக் கொள்ளவே அறிவுருத்துவேன்.

காலணிகளும் முக்கியமான இடம்பெறுகிறது. நேர்காணலில் பொதுவாக ஆண்-கள் கருப்பு நிறம் அல்லது பழுப்பு நிறம் கொண்ட காலணியையே உபயோகிப்பது நல்லது. இது மட்டுமில்லாமல் காலணி நிறத்திலேயே belt அணிவது மிகவும் அவசியமானது. பெண்களுக்கும் அதுவே பொருந்தும்.

அடுத்ததாக முதல் முதலாக நேர்காணலுக்கு செல்லும் போது உணவையும் குடிநீரையும் சற்று குறைவாக எடுத்துக் கொள்ளவேண்டும். சில சமயம் பயத்தினால் உடல் உபாதைகள் ஏற்பட வாய்ப்புண்டு. அதை தவிர்க்க உணவை அளவாக எடுத்துக் கொண்டால் பயத்தால் ஏற்படும் விளைவை அது சமன் செய்துவிடும்.

8

அவை- தேவை!!

சென்ற அத்தியாயத்தில் நாம் புறம் தொடர்பான சில செய்திகளை பார்த்தோம். இந்த அத்தியாயத்தில் நாம் அவை அடக்கம் பற்றி சில தகவல்களை பார்ப்போம்.

ஒருவன் சரியாக புறத்தோற்றத்தை அமைத்துவிட்டாலும் அவன் இருக்கும் அவையில் நடந்து கொள்ளும் விதத்திலேயே அவன் எடைப் போடப்படுகிறான். இதில் இருந்தே அடக்கம் எவ்வளவு முக்கியம் என்று நமக்கு தெரிகிறது.

அவை அடக்கத்தை பற்றி நான் உங்களிடம் பகிர்ந்து கொள்வதற்கு முன் ஆசாரக்கோவை, நான்மணிகடிகையில் இருந்து சில மேற்கோள்களை நான் கூற விரும்பிகிறேன்.

''உடுக்கை இகவார் செவிசொறுண்டார் கைம்மேல்
எடுத்துரையார் பெண்டிர்மேல் நோக்கார் செவிச் சொல்லும்
கொள்ளார் பெரியார் அகத்து.''

பொருளுரை: பெரியோர் கூடியிருக்கும் அவையில் உடையை அவிழ்க்க மாட்டார். காதுகளை சொறிய மாட்டார். கைகளை உயரே தூக்கிப் பேசமாட்டார். பெண்களை பார்க்க மாட்டார். மற்றவர் காதில் கூறும் இரகசிய மொழியையும் தாம் கேட்க மாட்டார்.

இதில் கூறியவற்றில் முதல் செயலை தவிர்த்து மீதம் அனைத்தையும் நாம் அன்றாடம் ஒரு அவையிலோ அல்லது வகுப்பு அறை மற்றும் கான்ஃபரன்ஸ் (conference)- லோ செய்து தான் வருகிறோம்.

ஒவ்வொருவரும் தன்னை மாற்றினால் போதும் அந்த இடம், அந்த உலகம் தானாக மாறிவிடும். அதேபோல் ஒரு அவையில் நாம் அமரும் விதம். நாம் இருக்கைகளை முன் இருந்து பின்னாக நிரப்ப வேண்டும். முதல் இருக்கையில் அமர்ந்து உள்ளவர்கள் ஆர்வத்துடன் உரையையே அவையை நடத்துபவரையே கவனிப்பது மிகவும் அவசியம்.

அடுத்தது அமரும் முறை! கொஞ்சம் சிந்தித்து பாருங்கள்! நீங்கள் முதல் இருக்கையில் அமர்ந்து நீங்கள் உங்கள் கையை தலையின் மீது வைத்து, கால்களை நன்றாக நீட்டி அமர்ந்து கொண்டால் என்னவாகும்?

உங்கள் மேல் உள்ள நல்ல எண்ணம் , அபிப்ராயம் என்னவாகும்? அது தரம் தாழ்ந்து பாதாள்த்திற்கு சென்றுவிடும்.

நான் ஏன் அவை அடக்கத்தைப் பற்றி விரிவான சில தகவல்களை உங்களிடம் பகிர்ந்து கொள்கிறேன் என்றால் ஒரு மாணவன் கல்லூரி முடித்து கார்ப்பரேட் உலகிற்குள் செல்லும்போது அங்கு அவன் பெரும்பாலும் ஒரு அவை நடுவே தான் செயல்பட வேண்டியிருக்கிறது. அந்த தருணத்தில் அவன் தவறான நடைமுறையை அல்லது செயலை செய்தான் என்றால் அது அவனை பாதிக்கும் என்றே நான் கருதுகிறேன். அதேபோல் அவையில் உரையாற்றுவதும் அப்படியே அதற்கான சில வழிமுறைகளை நாம் கடைப்பிடிக்க வேண்டியிருக்கிறது. நிமிர்ந்த பார்வை அனைவருக்கும் கேட்கும் ப்டியாக பேசுதல், கைகளை பேசுவதற்கு ஏற்ப அசைத்து பேசுதல் பார்வையாளர்களை உங்கள் பக்கம் ஈர்க்கும்.

பேச்சாற்றல் மிகவும் அவசியமானது ஏனென்றால் வேலைக்கு செல்லும்போதோ இல்லை சுயதொழில் செய்யும்போதோ பேச்சாற்றல் மிகுந்த பங்கு வகிக்கிறது. அவை அடக்கத்திலும் அவை ஒழுக்கத்திற்க்குள்ளும் பேச்சாற்றலையும், செவியாற்றலையும் அதாவது கவனிக்கும் ஆற்றலையும் ஒன்றாக வைத்து பார்க்க நான் விரும்புகிறேன். இதில் ஒன்று இல்லாமல் மற்றொன்றை மட்டும் நாம் பயன்படுத்தலாம் என்றால் அது பயனற்றது. எழுதுகோல் இருந்தும் எழுதுவதற்கு கை இல்லாதது போல் ஆகிவிடும். செவியறிவை நம் வள்ளுவர் எவ்வாறு கூறுகிறார் என்று பார்ப்போம்,

"செவியுணவிற் கேள்வி யுடையா ரவியுணர்வின்
ஆன்றாரோ டொப்பார் நிலத்து."

இதில் செவியால் கேள்வியாகிய உணவை அருந்துபவர்கள் புவியில் வாழ்ந்தாலும் அவ்விசை உட்கொண்டு தேவலோகத்தில் வாழும் அமரர்களுக்கு சமமாகக் கருதப்படுகிறார்கள்.

அவையில் உள் நுழைவது முதல் அவர் பேச்சாற்றல், அவர் செவியாற்றல், கவனித்தல் திறன், அமரும் முறை ஆகியவற்றை நாம் இந்த அத்தியாயத்தில் நம் பார்த்து இருக்கிறோம்.

வேலை செய்யும் இடத்தில் ஒருவரின் அவை அடக்கம், அவை பண்பு அனைத்தும் உன்னை திறன் மேன்பட்ட மாணவனாக உன்னை உருவாக்கும். நான் மாணவன் என்று குறிப்பிடுவது நம் அனைவரையுமே.

நாம் மாணவனாக வாழ்நாள் முழுவதும் இருந்தால் மட்டுமே நாம் ஒரு நல்ல சான்றோராக மதிக்கப்பட முடியும். நாம் இதை பிறருக்கும் கற்றுத் தர தகுதியு-

டையரவாக நாம் உருமாற்றம் பெறுவோம். இதையே நான் நம்புகிறேன், இதுவே உண்மை!.

9

எது சந்தோஷம்

ஒரு மாணவனுக்கு சந்தோஷம், மகிழ்ச்சி என்பது நண்பர்களுடன் விளையாடுவது மற்றும் பெண் தோழியிடம் நேரம் கழிப்பதே. இதுவே மகிழ்ச்சி என்று பெரும்பான மாணவர்கள் நினைக்கிறார்கள். அதை நாம் குறை கூற முடியாது. ஆனால் உண்மையான மகிழ்ச்சி அவன் கல்லூரி பருவம் முடித்து ஒரு பொருள் ஈட்டும் கட்டத்தை எட்டுவதே!

சிறிய மகிழ்ச்சியில் கவனம் செலுத்தும் மாணவர்கள் பெரும் மகிழ்ச்சியை அடையும் முன்பே சிறியதை பெரியது என்று மதி மயங்கி இருக்கின்றார்கள். உன்னுடைய மகிழ்ச்சி என்பது பிறரை வருத்தப்படாமல் இருக்க செய்யவேண்டும்.

கல்லூரி களத்தில் பெரும்பகுதி நமக்கு மகிழ்ச்சியில் சென்றாலும் ஒரு சிறு துன்பம் கூட நம் இதயத்தை உருக்கிவிடுகின்றது. மகிழ்ச்சி சீர்குலைய காரணமே எதிர்ப்பார்ப்புகள் தான் என்ற ஒன்றை மட்டும் நினைவில் வைத்துக் கொள்ளுங்கள்.

எது நடப்பதாக இருந்தாலும் அது நன்மைக்கே! கடவுள் உனக்காக ஒரு நல்ல திட்டத்தை வைத்து இருக்கிறார். அதை செயல் படுத்தியும் கொண்டு இருக்கிறார். உன் வேலை உன்னால் முடிந்தவற்றை செய். ஒரு ஆடுகளத்தில் நீ, நான் அனைவரும் பார்வையாளர்களே.

வெற்றிக்கு ஆரவாரம் செய்ய நம்மால் முடியும். ஆனால் ஒரு நாளும் தீர்மானிக்க முடியாது.

வெற்றியோ! தோல்வியோ!அது ஆடுகின்றவனுக்கே!. நீ நான் வெறும் பார்வையாளர்களே! நடப்பது நடக்கட்டும் வேடிக்கைப் பார்.

நடக்கவேண்டும் என்றிருந்தால் அது கண்டிப்பாக நடக்கும், நடக்காது என்றிருந்தால் அது நடக்காது.

வந்தா வரட்டும், வாழ்க்கையை சந்தோஷமா அனுபவிங்க! ஆனால் எது உண்மையான மகிழ்ச்சினு தெரிந்து செய்யுங்கள்.

முதல் மகிழ்ச்சி பெற்றோர் மகிழ்ச்சியை பார்ப்பதே! ஒரு நல்ல வேளை கிடைத்தது என்று உங்கள் பெற்றோரிடம் சொன்னால் மகிழ்ச்சி அடைவார்கள் அல்லவா? அது மகிழ்ச்சி, உன்மையன சந்தோஷம்.

நான் சொல்வதும் இனி சொல்ல போவதும் நான் மகிழ்ச்சி என்று வரையருக்கப்பட்டது! இது ஒருவருக்கு ஒருவர் மாறுபடும்.

இரண்டாவது மகிழ்ச்சி இயற்கையையும் இசையையும் ஒன்றாக கேட்பதும் பார்ப்பதுமே! ஒரு மாணவனின் மனம் அப்பொழுது அடையும் மகிழ்ச்சியும் ஆனந்தமும் இன்றி அமையாதது.

மூன்றாவது சிக்கனத்தில் மகிழ்ச்சி, ஆம் உணவு உண்பதில் சிக்கனம், பணம் செலவு செய்வதில் சிக்கனம், பேசுவதில் சிக்கனம் என்று அனைத்திலும் சிக்கனம் செய்தால் மகிழ்ச்சி தரும் வாழ்க்கை வளம் பெரும்.

இறுதியில் பொதுவாக அமைய வேண்டிய வீடு, வாகனம் அனைத்திலும் மகிழ்ச்சி காண்பது பொதுவானதே!

இது முக்கியம் என்று நான் கருதுகிறேன்.

நான் முன்னே கூறியது போல நீ ஒரு ஓடுகளத்தில் ஓடிக் கொண்டு இருக்கிறாய்.

ஓடும் போது உன் பாதையை நோக்கி ஓடு!!

இதே தான் வாழ்க்கைக்கும். நீ மாதம் 10,000 சம்பளம் வாங்குகிறாய் அதுவே சிறந்தது. அதை வைத்து நீ சந்தோஷமாக வாழலாம். ஆனான் என் நண்பன் 50,000 சம்பளம் வாங்குகிறான் என்னால் முடியவில்லை என்று நீ நினைத்தால் வாழ்க்கை கசக்கத் தான் செய்யும்! யார்க்கு தெரியும் உன் நண்பன் மற்றொருவரை பார்த்து அதாவது 90,000 சம்பளம் வாங்கும் நண்பரை பார்த்து ஏங்கிக் கொண்டு இருக்கலாம்.

இந்த மாதிரியான ஆசைகளை நாம் உடைத்து எரிந்தாலே அது நம் வாழ்க்கைக்கு மடை போல் மகிழ்ச்சியை தரும் என்று நான் நம்புகிறேன்.

நல்ல உடல் ஆரோக்கியம், நல்ல வீடு, நல்ல சாப்பாடு, அன்பான குடும்பம், நிம்மதியான வேலை இது போதும் மகிழ்ச்சி நிலைப்பதற்க்கு.

Enter Caption

10
தொழில் நுட்ப திறன்கள்

கல்லூரியில் இருந்து நாம் ஒரு கார்ப்பரேட் உலகத்திற்குள் செல்லவேண்டும் என்றால் திறன்கள் மிகவும் முக்கியமானவை. இதனால் தான் ஒவ்வொருவரும் திறன் மேம்பாட்டில் மிக கவனம் செலுத்த வேண்டும். இதையே தான் பெரும் நிறுவனங்களும் அரசும் குறிப்பிடுகின்றன.

திறன் மேம்பாட்டில் முக்கியமானது தொழில் நுட்பத் திறன். நாம் வாழ்வது அறிவியல் தொழில் நுட்ப உலகம் என்பதால் அ முதல் ஃ வரை தொழில் நுட்பம் முக்கியமாகவும் அவசியமாகவும் செயல்பட்டு கொண்டிருக்கிறது.

நீ பணம் கொடுக்கும் முதலாளி ஆனாலும் சரி, ஒரு மாத ஊதியம் பெரும் ஊழியர் ஆனாலும் சரி தொழில் நுட்பம் மிகவும் முக்கியமானது.

இந்த புத்தகத்தை நான் எழுதி பதிப்பிடவே எனக்கு தொழில் நுட்பம் தேவைப்படுகிறது. நீங்கள் இதை உங்கள் கையில் பெற்று படிப்பதும் தொழில் நுட்பம் மூலமே என்று நம்புகிறேன். இதுல் இருந்தே அதன் முக்கியம் புரிந்து இருக்கும். தலைப்பின் கருவுக்குள் தான் சுவை இருக்கிறது. ஓடை உடைத்து கருவுக்குள் செல்வோம் வாருங்கள்.

தொழில் நுட்பத்தை இரண்டாக பிரிக்கலாம், உயிர்தொழில்நுட்பம்- GENETIC, DNA, ZOOLOGY, BIOLOGY சார்ந்த தொழில்நுட்பம், உயிர் இல்லாத தொழில் நுட்பம்- COMPUTER, MECHANICAL, ELECTRICAL. இதில் அனைத்திலும் அடிப்படை அறிவுக் கண்ணில் வேண்டும்.

உனக்கான கண்ணோட்டத்தில் பார் அதை வரையறு, அதில் தேர்ச்சி பெரு. அறிவு மிக்கவனாக மாறு. இந்த உலகில் தெரியாதது தான் அதிகம். அதனால் எனக்கு தெரியவில்லை என்று நின்று விடாமல் தெரிந்து கொள்ள ஓடு.

தொழில்நுட்பம்- உன் தொழில் என்று ஒரு பாதை வகுத்து கொள்ளுங்கள். அதை நுட்பமாக, அழகாக படியுங்கள். கற்றுக் கொள்ளுங்கள், உங்களுக்குள்

உங்கள் தொழிலின் ஆழம் அதிகமாக இருக்கவேண்டும். அதே சமயம் படர்ந்து விரிந்த எண்ணங்களும் உனக்குள்ளே இருக்க வேண்டும்.

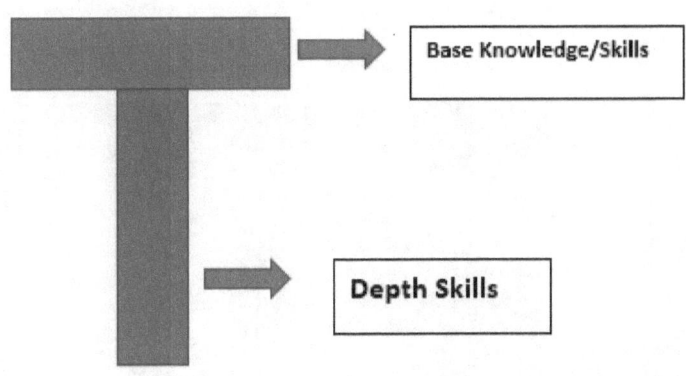

Enter Caption

சரி எங்கே கற்றுக் கொள்வது? முதல் படி நீ புத்தகம் படி! பெரும்பாலானோர் பாட புத்தகத்தை தேர்ச்சிகாகவே படிக்கிறார்கள். ஆனால் கல்லூரியில் உங்களிடம் தரும் புத்தகத்தை ஒரு கதை புத்தகம் என்று எண்ணி வாசியுங்கள் அது போது-மானது.

அறிவியல் உலகில் அறிவு இல்லாதவன் தான் அதை எல்லாம் படிச்ச டைம்-அ வேஸ்ட் (time waste) பன்னுவானு சொல்ர அறிவாளியும் இருப்பாங்க. அவர்களுக்கு இது!! இணையதளம் மூலமாகவும் பல Audio, video தொடர்பு உடைய படிப்புகள் உள்ளன அதை படித்து நமது அறிவை மேம்படுத்திக் கொள்-ளலாம்.

கற்றலும் அதை செயல்ப்படுத்துதலும் உன் தொழில் நுட்ப அறிவை மேம்ப-டுத்தும். சில இலவச தளங்கள் தொழில் நுட்பத்திறனைப் மேம்படுத்த:

- YouTube
- Edx
- Coursera
- Udemey
- Udacity

- Alison

இது சிலவேளை பல இணையதளங்கள் உள்ளன. சரியாக GOOGLE செய்து அறிவை மேம்படுத்தி கொள்ளுங்கள். எதை செய்தாலும் அதில் கற்றுக் கொள்வது என்ன என்று தெரிந்தும் கற்றுக் கொள்ள போகிறோம் என்ற எண்ணத்தை மனதில் கொள்ளுங்கள்.

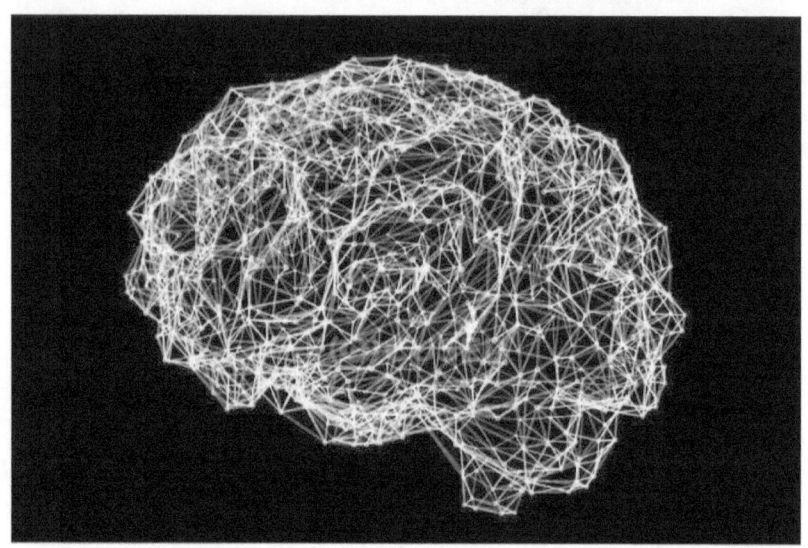

Enter Caption

படிக்கும்போதோ கற்கும் போதோ அதை முழுமையாக படிப்பதே சிறந்தது அதன் ஆழம் வரை கற்றுக் கொள்வதே உண்மையான திறன் மேலாண்மை, திறன் வளர்த்தல்.

ஆனால் பெரும்பாலானோர் சர்க்கரை தண்ணீரை சாப்பிட்டுவிட்டு குலாப் ஜாமுனை மறந்துவிடுகின்றனர். அதேபோல் ஆழ்ந்து படியுங்கள். உங்கள் திறனை மேம்படுத்துங்கள் குலாப் ஜாமுனின் சுவை தெரியும்.

யதார்த்தமாக பார்த்தால் எதையும் ஆழ்ந்து படிக்கவும், அனைத்தையும் ஆழ்ந்து படிக்கவும் முடியாத காரியம் தேவை உள்ளவற்றை உங்கள் துறைக்கு ஏற்ப ஆழ்ந்து படியுங்கள்.

ஒரு உறுதியான காட்டத்திற்கு அடித்தளம் ஆழமாகவும், பரந்தும் இருக்க வேண்டும். அதேபோல தான் அறிவும்.

11
நேர்முகத் தேர்வுக்கான முதல்படி!!

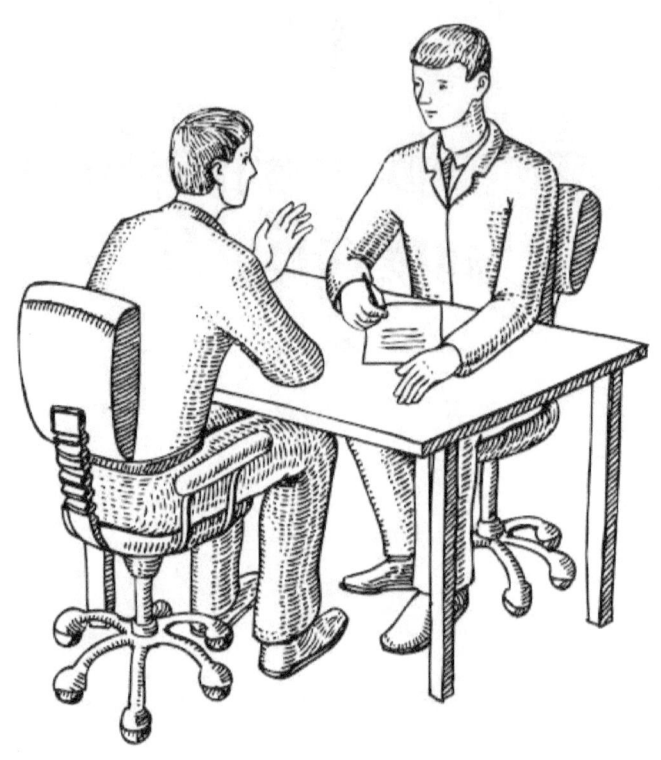

Source : Google

முதல் அத்தியாயத்தில் இருந்து நாம் என்ன செய்ய வேண்டும் என்று ஒரு மாணவனாக பார்த்து இருக்கிறோம். இனி தேர்வுக்கு தயாராவோம் வாருங்கள்.

பெரும்பாலான கல்லூரிலேயே மாணவர்களுக்கு CAMPUS INTERVIEW மூலம் வேலை கிடைத்துவிடுகிறது. இந்த சூழ்நிலையில் ஒருவர் வேலைக்காக எங்கும் தேடி அலைய அவசியம் இருப்பது இல்லை. கார்ப்பரேட் நிறுவனமும் கல்லூரியை தேடி வருகின்றன. இதை பயன்படுத்தி வெற்றிப் பெறும் மாணவர்கள் பலர். ஆனால் அதில் வெற்றிப் பெற்றவர்களும் ஒரு நிறுவனத்தில் இருந்து மற்-றொரு நிறுவனத்திற்கு செல்ல முயற்சி செய்பவரும் என்ன முறையை என்ன-வற்றை கவனமாக செய்தால் தேர்வில் வெற்றி பெற முடியும் எங்கே வாய்ப்புகள் உள்ளன, அதை எவ்வாறு பயன்படுத்துவது, எவ்வாறு அணுக கூடாது, சில பிரச்-

சனைகள், பல யுக்திகள் பற்றி நாம் பார்ப்போம்.

பெரும்பாலானோர் அவர்கள் இணையதளம் மூலமாகவோ அல்லது செய்திகள், விளம்பரங்கள் மூலமாகவோ தான் ஆட்கள் தேவை என அறிவிப்பு செய்வார்கள். அதனால் அதில் எப்போதும் ஒரு கண் வைத்துக் கொள்ளவேண்டும்.அது மட்டும் இல்லை அனைத்து இணையதளத்திலோ அல்லது இணைய செயலியிலோ நம் கணக்கு வைத்து இருப்பது மிகவும் அவசியமாகுகிறது. முழு விபரங்கள் அடங்கிய கண்க்கு தான் முதல் நிலையை கடக்கும்.இன்றைய சூழலில் "LinkedIn" மிகவும் அவசியமானது. அதில் உங்களுக்கு கணக்கு இல்லை என்றால் உடனடியாக தொடங்க நான் அறிவுருத்துகிறேன்.

LinkedIn ல் செய்ய வேண்டியவை உங்களது தனித்துவத்தை குறிப்பிடுங்கள். நீங்கள் படித்த கல்லூரி பாடம், மதிப்பெண் போன்ற அனைத்தும் குறிப்பிடுவது நல்லது. பிற சமூக வலைதளம் போல இதை எண்ணாமல் நீங்கள் குறிப்பிடும் வார்த்தைகளில் கவனம் தேவை. LinkedIn-லேயே தேர்வு எழுதும் திட்டமும் உள்ளது. அது நேர்முகத்தேர்வுக்கு செல்லும்போது பெரும்பங்கு வகிக்கும்.

LinkedIn ல் பதிவு செய்த பிறகு பல இணையதளங்கள் வேலை தேடுவோர்களுக்காகவே பிரத்யேகமாக அமைக்க பட்டு இருக்கிறது. அதில் உங்கள் விபரங்களை பதிவிடுங்கள்.இணையதளத்தில் எப்போதும் கவனம் தேவை. உங்கள் தனிப்பட்ட தகவல்களை பதிவேற்றம் செய்யும் போது கவனத்துடன் செயல்படுவது நல்லது. அடுத்து உங்களுக்கு இணையதளம் உருவாக்கத்தில் ஆர்வம் இருந்தால் உங்கள் பெயரில் ஒரு வலைதளத்தை உருவாக்கி கொள்ளுங்கள்.அது மட்டுமின்றி உங்களிடம் ஒரு இரகசியத்தை பகிர்ந்து கொள்ள இருக்கிறேன்.

அது தான் SEO(service engine optimization), உங்கள் பெயரை மற்றும் உங்கள் விபரங்களை இணையத்தில் தேடினால் முதல் உங்கள் சரியான விபரத்தை வரவைப்பது தான் SEO என்று பெயர். இதை செய்தால் உங்கள் சரியான நேரத்தில் சரியான தேர்வர்களிடம் சுலபமாக கிடைக்கும்.

நினைவு இருக்கட்டும் நீங்கள் ஒரு ப்ரோபிசியோனல்.

அடுத்தது ரெசுமெ(Resume) இது நெர்முகத்தேர்வுக்கு முக்கியமானது என்று உங்களுக்கு தெரியும் அது ஒரு பாஸ்போர்ட் போல் இது இருந்தால் தான் உள்ளே செல்லமுடியும். அப்படி சென்றாலும் உள்ளே உள்ள விபரம் சரியாக இருந்தால் தான் வேலை எனும் விமானத்தில் பறக்க முடியும்.

ஒற்றை காகிதம் தான் வாழ்க்கையை தீர்மானிக்கிறது அது பணமோ, ரெசுமோ!! என்னது தமிழ் புத்தகத்தில் ஆங்கிலமா என்று நினைக்க வேண்டாம், ரெசுமோ தற்குறிப்போ அதுவ முக்கியம் நாம் காரியத்தில் கண்ணாக இருப்போம்.

உங்கள் திறமையை உங்கள் அறிவை, உங்கள் பேச்சு திறமையை, எழுத்தறிவை மற்றும் பல ஆற்றலை ஒடு தேர்வாளர் அல்லத்ய் மனிதவள மேம்பாட்டு

அதிகாரி பார்த்தவுடன் உங்கள் முகத்தை அறிய முடியும்?

இல்லையே! நாம் உட்கார்ந்து கொண்டிருக்கும் இதே இடத்தில் சில வருடம் முன்பு அவரும் நம்மை போலவே பயத்துடன் அடிவயிற்றில் இரயில் ஓட்டிக் கொண்டிருந்து இருப்பார்.

ரெசுமெ என்பது உன் கைரேகை போல தனித்தன்மை உடன் இருக்க வேண்-டும், அது என்ன கல்யாண பத்திரிக்கையா? இல்லை துண்டு பிரசுரமா? பெயரை மட்டும் மாற்றி எடுத்து செல்வதற்கு, இப்படிதான் நம்மில் பலபேர் செய்து கொண்-டிருக்கிறார்கள் இதை தவிர்ப்பது நல்லது.

ரெசும்-ல் உங்கள் தனித்தன்மையை காட்டுங்கள். ஏன் புள்ளி வைத்து கோலம் கூட போடுங்கள், ஆனால் அலங்கோலம் ஆகாமல் பார்த்து கொள்வது நல்லது. என்ன விபரம் இருக்க வேண்டுமென்று நான் குறிப்பு இடுகிறேன். அதை அழகாக காட்சிப் படுத்துவது உங்கள் திறமையே.

இணையதளம் கைக்கொடுக்கும் நீங்கள் கை நீட்டினால்.

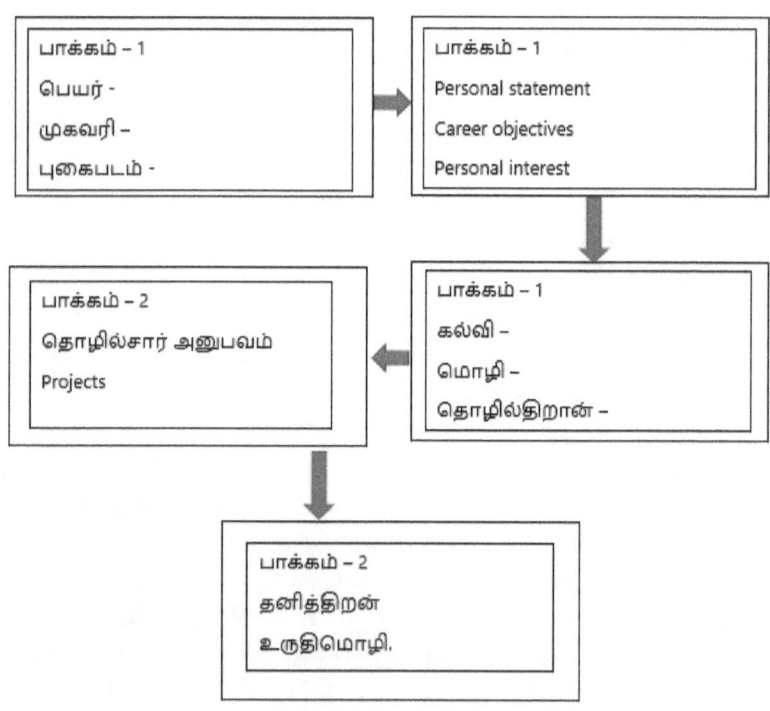

Easy Resume Format

இது ஒரு எடுத்துக்காட்டு தான் . உங்கள் திறமைக்கு ஏற்ப மாற்றியமைத்துக் கொள்வதும், இதையே பயன்படுத்துவதும் உங்கள் தனிப்பட்ட விஷயம்.

"First impression is the best impression"

"Impress by your resume"

12

முக்கியம் அமைச்சரே!!

நீ - அண்ணே!

நான் - சொல்லுப்பா!

நீ - நீங்க சொன்னமாதிரி சட்டை, பேண்ட், பழ பழ ஷூ, அழகான ரெசும் எல்லாம் ரெடி அண்ணே! அப்பறம் அப்படி இப்படியும் logical reasoning எல்லாம் படிச்சாச்சு, நானும் ரெடி, வேலை ரெடியா அண்ணே?

நான் - அது எல்லாம் சரிதாம்பா!!

இதையெல்லாம் பன்னிட்டு நீ அங்க அந்த ரூம் உள்ள போய் உக்காந்த அப்பறம் என்ன பன்னுவ?

நீ - கேள்விக்கு பதில் சொல்லுவேன்!

நான் - கேள்வி தெரியுமா?

நீ - இல்லையே!

நான் - சொல்லுறேன் கேக்குறியா?

நீ - ம்ம்....

குறிப்பு:- உங்களுக்கு இதெல்லாம் தெரியும்னா இந்த நீ நீங்க இல்ல!!

கேள்வி: உங்களை பற்றி சொல்லுங்கள்?

இதில் பெயரையும் படித்த பட்டத்தையும் முதலில் கூறிவிட்டு நீங்கள் வசித்த, வசிக்கின்ற பதவி அல்லது பொறுப்புகளை அடுத்தும் உங்கள் தனித்திறமை, உங்கள் விருப்பப் பாடம் உங்கள் திறமைக்கு அங்கிகாரம் கிடைத்த தருணம், குறிப்பிட்டு சொல்லக்கூடிய வெற்றிகள் , மறக்க முடியாத தோல்விகள்,

உன்னுடைய வாழ்க்கை குறிக்கோள் ஆகிய அனைத்தையும் ஒரு நிமிடத்தில் இருந்து இரண்டு நிமிடத்தில் கூறிவிடுங்கள்.

கேள்வி 2: ஏன் இந்த வேலையில் சேர விரும்புகிறீர்கள்?

இதில் இந்த வேலையும் உங்கள் குறிக்கோளும் எவ்வாறு ஒத்துப்போகின்றன, இதில் கற்றல் என்ன கற்பித்தல் என்ன, உங்கள் அறிவை எவ்வாறு இந்த வேலையை வைத்து மேன்படுத்திகொள்ள போகிறீர்கள் என்றும் உங்கள் ஆழ்மனம் கூறும் கருத்தையும் பகிர்ந்துக் கொள்ளுங்கள்.

கேள்வி 3: எங்கள் நிறுவனம் பற்றி உங்கள் கருத்து?

இதற்கு பதிலை தேர்வுக்கு முதல் நாளே அந்த நிறுவனத்தை பற்றி சில தகவல்களை சேகரித்து படித்துதெரிந்துக் கொள்வது நல்லது.

கேள்வி 4: உங்கள் ப்ரோஜக்ட் பற்றி சொல்லுங்கள்?

கேள்வி 5: சம்பளம் எவ்வளவு எதிர்ப் பாக்குறீங்க?

நீங்கள் நிச்சயம் நல்ல சம்பளம் தருவீர்கள் என்று நம்புகிறேன்.

கேள்வி 6: உங்கள் துறை ரீதியாக இருக்கலாம்.

கேள்விகள் பொதுவாக சுலபமாக தான் இருக்கும். அந்த சந்தர்ப்பத்தில் அது பயத்தால் ராக்கெட் விஞ்ஞானம் போல் கடுமையாக தான் தெரியும். பயப்படாதே அதுவா பழகிடும்.

முக்கியம்:

தன்னை அறிதல்

கம்பெனியை அறிதல்

தொழில் நுட்பம் அறிதல்.

தேவை அறிதல்

குறிக்கோள் அறிதல்

பேச்சால் கவரசெய்தல்

தெரியவில்லை என்றாலும் தெரிந்ததை வைத்து சமாளித்தல்

இது இருந்தால் போதும் கார்ப்பரேட்-ல் நுழைவது சுலபம் தான்.

13
உதவும் நாம்

சில இடங்களில் Group Discussion மற்றும் Group activities ஒரு சுற்றாக நடைபெறும். அதில் பேச்சு திறனையும் நாம் குழுவாக எப்படி செயல்படுகிறோம் என்பதை கண்டறிய இது நடத்தப்படுகிறது.

ஒரு நிறுவனத்தில் வேலை செய்ய கூட்டுத்திறன் மிகவும் முக்கியம், இதை பரிசோதனை செய்யவே இத்தகைய சுற்றுகள் நடைபெறுகின்றன. இதில் வெற்றி பெறுவது மிகவும் சுலபமே. பேச்சாற்றலும் சிறு நகைச்சுவை உணர்வும் கலந்தும் கொடுக்கப்பட்டு உள்ள தலைப்பில் சிறிது ஞானமும் இருந்தால் போதும் அதுவே உங்கள் வெற்றிக்கு வழிவகை செய்யும்.

இதில் செய்யக் கூடியவை என்று சில உள்ளன, நாம் தவிர்க்க வேண்டியவை-யும் சில உள்ளது அதை என்னால் முடிந்தவரை எளிமையாக கூறுகிறேன்.

முதலில் செய்யகூடியவை குழுவாக செயல்படுதல், தைரியமாக தெரிந்ததை வெளிப்படையாக பேசுதல், நிமிர்ந்த நடை, நேர்கொண்ட பார்வை, கம்பீரமான பேச்சு இதிலேயே பாதி வெற்றிக் கிடைத்துவிடும். உங்களுக்கு வாய்ப்பு வரும்போது அதை சரியாக பயன்படுத்தி சொல்லவேண்டிய கருத்தை அழுத்தம் திருத்தமாக ஆணி அடித்தாற்போல் சொல்லிவிடுங்கள்.

அடுத்தது செய்யகூடாதவை முதலில் கோபத்தை தவிர்த்துவிடுங்கள். குழுவாக செயல்படும் போதோ அல்லது உங்கள் கருத்துக்களை கூறும்போதோ அடுத்தவர் மனம் புன்படாதபடி பேசுவதே சிறந்தது. முடிந்தவரை பாசிட்டிவாக பேசுங்கள்.

நகைச்சுவையும் நல்ல தோரணையுமே உங்களை தனியாக காட்டும்.கூட்ட்டத்-தில் தனியாக தெரிவதே நமக்கு பாதி வெற்றியை தேடித்தரும்.

14
மன உளைச்சலோ!!
வயிற்று எரிச்சலோ!!

Source: Google

எல்லாம் சரியாக தான் போய்க்கொண்டு இருக்கிறது என்பது போல தான் தோன்றும். ஒரு நாள் பக்கத்து வகுப்புக்காரன் நல்ல சம்பளத்தில் ஒரு வேளை வாங்குவான், அப்பறம் பக்கத்து பென்ச் காரன், அடுத்தது பக்கத்தில் உட்கார்ந்து இருந்தவன் நான் செலக்ட் ஆயிட்டன்னு சொல்லுவான். அப்போ அடிவயிற்றில் ஒரு மேகவெடிப்பு போல உணர்ச்சி வரும் பாருங்க அதை சொன்னா புரியாது ஏற்பட்டாதான் புரியும்.

இதை தினமும் கேட்டு கேட்டு நமக்கு ஒரு உணர்வு வரும் அதை மன உளைச்சல் என்று சொல்வதா அல்லது அதை பொறாமையால் ஏற்பட்ட வயிற்றெரிச்சல் என்பதா இது பொதுவாக நடக்கக்கூடியது தான், இதை எப்படி நாம்

கையாள வேண்டும் என்று இந்த அத்தியாயத்தில் பார்க்கலாம்.

அட இவ்வளவுதான-னு நினைக்கிற மாதிரி இது மிகவும் சுலபமான காரியம் தான், உங்களுக்கும் மேல்கூறிய பயமோ, மன உளைச்சலோ ஏற்பட்டால் இதை ஒருமுறை நினைத்து பாருங்கள்.

உனக்கு விதிக்கப்பட்டது நீயே எனக்கு வேண்டாம் என்று நினைத்தாலும் அது உன்னிடம் வரும். விதிக்கப்பட்டது உன் பெயரோடு பொரிக்கப்பட்டது-பட்டுவிட்-டது.

எதையும் எதிர்ப்பார்க்கதெ!

வந்தா வரட்டும்!!!

நடப்பது நடந்தே தீரும்- கவலையை மற!

குழப்பத்தை மறந்து விட்டு, கவலையை இறக்கிவிட்டு, கண்ணுக்கு விளக்-கெண்ணெய் விட்டு காரியத்தில் கண்ணாய் இரு

இதுவே மீழ உதவும்!!

பொதுவாக இதை இரண்டு விதத்தில் கையாளலாம், ஒன்று கிடைத்ததை வைத்து மற்றொன்று எதிர்ப்பார்ப்பு இல்லை இல்லை இதை இலக்கு என்று வைத்-துக் கொள்வோம்.

இதில் ரகம் ஒன்றை அதாவது கிடைத்ததை வைத்து வாழ்வில் மேலே வருப-வர்கள் என்று வைத்துக் கொள்ளலாம், இதற்கு flexible mind / personality மற்றும் சமயோகித குணம் இருத்தலே போதும்.

தேக்கு மரக்காட்டிற்கு ஆசைப்பட்டு முருங்கை மரக்காடுதான் கிடைத்தது என்று கவலைப்படாமல் முருங்கை இலை, முருங்கை காய் அறுவடை செய்து கோடீஸ்வரன் ஆனவர்களும் உண்டு.

எல்லாம் பார்வையிலும், நினைப்பிலும் செயலிலும் தான் உள்ளது இதெல்லாம் உனக்குள் உள்ளது, பிறகு கவலை ஏன்?

அடுத்த ரகம் இலக்கை குறி வைத்து ஓடுவது, இதில் இலக்கு உன்னுடையது, ஓடுவது உன் கால்கள் குறுக்கே கமண்ட் அடிக்க நான் யார்? இலக்கை தொட என் வாழ்த்துக்கள், ஆனால் ஒருவனின் இலக்கு பசிக்குதே! சாப்பிட வேண்டும் என்று இருக்கவேண்டுமே தவிர கோவையில் இருந்து சென்னை போய் 4வது தெருவில் 3வது கடையில் தான் சாப்பிடுவேன் என்று அடம் பிடிப்பவர்கள் மூளை இல்லாத் அறிவாளிகள்.

அனைத்திற்க்கும் தீர்வு நீயே!!

15

கார்ப்பரேடில் முதல் நாள்...

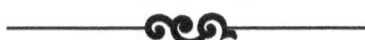

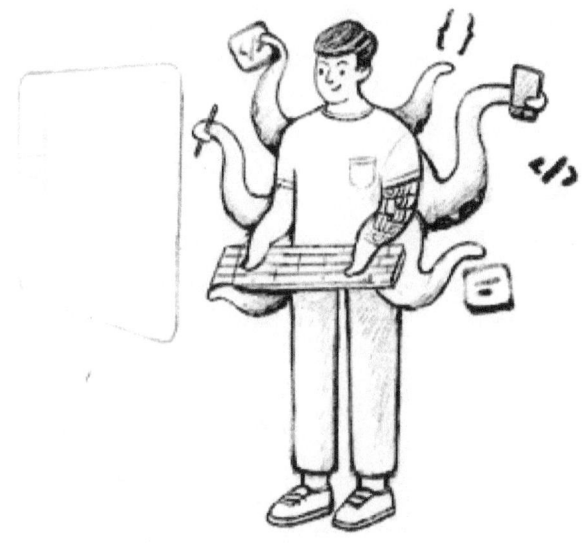

Source:Dribble

கார்ப்பரேட்டில் முதல் நாள் என்பதை விட உண்மை உலகில் முதல் நாள் என்று கூறலாம். கல்லூரி முடிந்த உடனே நீங்கள் ஒரு புது உலகில் அடியெடுத்து வைக்கிறீர்கள். இங்கு எதற்கும் எல்லை இல்லை கைகொடுக்க ஆசிரியர் இல்லை ஆனால் குற்றம் சொல்ல ஆட்க உண்டு.

உன் எல்லையை தீர்மனித்துகொள், நேர்மையுடன் செல், நோக்கத்தை நிறை-வேற்று உலகை கற்றுக்கொள், முடியும் என்பதை பற்றிக்கொள். சரியோ தவறோ அறிந்துக்கொள், அனைவரிடத்திலும் அன்புகொள், இனி நீ சமூகத்திற்கு குழந்தை இல்லை புரிந்துகொள், நான் சொன்னதை மனதில்ச் வைத்துகொள், இந்த உலகில் பிழைத்துக்கொள்!!!

கார்ப்பரேட் வாழ்க்கை என்பது ஓடும் நதியை போன்றது அது பாட்டிற்கு போய்க்கொண்டு தான் இருக்கும். நாம் அதில் திறமை இருந்தால் நீந்தியோ அதிர்ஷ்டம் இருந்தல் படகிலோ பயனம் செய்யலாம்.

பயனம் செய்ய செய்ய நதியும் மாறலாம், பயண முறையும் மாறலாம் ஆனால் பயணம் நடந்தேதீரும், சில சமயம் நதியின் போக்கில் செல்வது சிறந்தது. சில சமயம் எதிர்நீச்சல் தேவைப்படும் சில சமயம் நங்கூரம் தேவைப்படும்.

எது எப்படியோ முதல் நாள் வந்துவிட்டது உங்கள் பயணம் சுவரசியமாகவும் நன்றாகவும் அமைய என் வாழ்த்துக்கள்.

நன்றி......

www.ingramcontent.com/pod-product-compliance
Lightning Source LLC
LaVergne TN
LVHW092059060526
838201LV00047B/1476
* 9 7 9 8 8 8 6 2 9 0 6 7 7 *